FADE IN:

1 EXT. HEROINE FRIEND HOME - DAY / TITLES 1

CAMERA ON FACE AS ANAND STANDS INFRONT OF THE MAIN GATE. ANAND SEES ANJALI WALKS IN THE FRIEND HOUSE

Anjali walks in ………..

ANAND

అంజలి ప్లీస్ …. ఆమ్ సారీ .. నేను కావాలని చేయలా…..

Anjali looks furious, walks out. Anand looks determined and upset

ANAND (cont'd)
(Requesting)

ఇదొక్క సారికి క్షమించవే ప్లీజ్…

ANJALI

క్షమించాలా.. చంపుతా.. అస్సలు క్షమించన్. ఇంకెప్పుడు నాకు కనిపించకు పో..

Anjali turns back. Anand holds her hand. Anjali tries to relinquish.

ANAND
(Requesting)

అంజలి…

ANJALI
(Trying to relinquish hand)

Crowd looks, come to warn Anand. VENU tries to punch Anand.

ANJALI (cont'd)

వదిలేయండి. తను నా husband…

(CONTINUED)

1 CONTINUED: 1

Anjali walks off silently.

Crowd leaves the place. Anand holds Venu,

ANAND
(Skeptic)

ఎంట్రా కొట్టెద్దామనే. నీ.......

VENU
(Jerks)

ANAND

పోనిలేరా. మీ వల్ల నా భార్య నన్ను husband లా అన్న గుర్తించింది....

VENU

(Smiles in question mark)

ANAND

పద. అలా చాయి తాగుతూ మట్లాడుకుందాం......

INTERCUT:

1a. EXT. THE CHAI BANDI - DAY / RUNNING: 1a.

VENU (cont'd)

వైప్ అన్నారు. లవ్ అంటున్నారూ? ఆసలెమైందీ బాసూ?

CUT TO: VENU

1b. INT. HEROINE ROOM - DAY: 1b.

SWATI

తను నీ husband డా.. అసలెమైందే....

CUT TO: SWATI

(CONTINUED)

1 CONTINUED: (1a) 1

--CHAI BANDI--

ANAND

అది తెలియాలంటే నీకు నా స్టోరి తెలియాలి...

FLASHBACK TO:

2 EXT. BUS STOP - DAY: 2

ANAND CHASES RUNNING BUS. TRIES HARD AND GETS IN. ANAND ENTERS, KISHORE FEELS CAUGHT.

ANAND
(Looks at KISHORE furiously)

KISHORE
(Tensed)

నువ్వల చూడకురా నాయనా.. నిక్ దన్నం పెడ్తా. ఈ సారీ రాకపోతే చెప్పుతీసుకొని తన్ను...

ANAND

ఈ సారీ రాలేదో పంటపెడ్తా. నీన్ను నీ కండక్టర్ జాబ్ని..

KISHORE
(Laughs)

వస్తాలేరా బాబు. నీ ప్రేమ తగలెయ్యా. చెంపకేసి పీకి ఐ లవ్ యు చెప్పినట్టె ఉంది, నీ ఎక్స్‌ప్రెషన్...

Anand & Kishore talk each other; Anand sees ANJALI from bus door, impress with her smile and beauty.

Anand immediately snatches ticketing machine from Kishore, wears over his color. Anand looks Anjali gets on bus. Kishore looks surprised. Anand moves to Anjali

(CONTINUED)

2 CONTINUED: 2

ANAND

(Romantically)

టికెట్టా.. ఎక్కడికి...

ANJALI

మెడికల్ కాలేజ్..

ANAND

ఒక్క నిమిషం. (Prints and gives ticket)

Anand looks at Anjali. Anjali looks question mark, walks down at medical college bus stop.

INTERCUT:

2a. INT. ANAND OFFICE ROOM - NIGHT: ANAND & KISHORE 2a.

Follow terrace tank, reveal Anand requesting to Kishore, Kishore takes a peg

ANAND

మామా ప్లీజ్.

KISHORE

ప్లీజా.... అస్సలొప్పుకోను. నా జాబ్‌లో నిన్నా...

ANAND

అర్థం చేసుకోరా! పిల్ల రా!

KISHORE

పిల్ల లేదు. తల్లి లేదు.

2 CONTINUED: (2a) 2

ANAND

బంగారం ప్లీజ్..

KISHORE

బంగారమా.. ఆహా! ఎమి ఆక్టింగ్. ఎంత మోసం.

ANAND

మోసమా...

KISHORE

కాదా. ఈ రోజు కాబట్టి నా టైం......

తాత నువ్వన్నావ్...

ANAND
(Acts innocent)

KISHORE (cont'd)

ఎనాడైనా నీ కారిచ్చవా.. మిత్ర ద్రోహి.. ఒక్కడివి ఎంజాయ్ చేస్తూ.. నేనేమో బస్‌లో..

ANAND

అంటే మామా చాలా సార్లు ఇద్దామనుకున్నా. కానీ నువ్వ సింప్లిసిటికి ఐకాన్ కద.

KISHORE

ఐకానా! నేనేమ్మన్నా రజనికాంత్ అనుకున్నావా... "జీవితమంటే పోరాటం" అనుకోనీకీ...

ANAND

మామా.. నీకూ నేనూ కాకుండా ఎవరిస్త్రారా...

KISHORE

ఎంటీ హ్యాండా. కరెక్టె. (Takes sip)

ఇప్పుడు చెప్తా వినూ.. ఈ రోజు నుండి నా లైఫ్ నువ్వు నీ లైఫ్ నేనూ... సో రెపట్నుంచీ నువ్వే కండక్టర్...

(CONTINUED)

2 CONTINUED: (2a) 2

ANAND

లవ్ యూ మామా!

KISHORE

సాల్! ఆపన్న నీ వోవరాక్షన్! నీ లవ్ నా కొద్దు పొయ్యి నీ పిల్లకిచ్చో.....

INTERCUT:

3 INT. CITY BUS - DAY: 3

ANAND AND KISHORE WAITS IN BUS FOR ANJALI, ANAND DO NOT SEE ANJALI IN BUS STOP, ANAND FEELS IRRITATED AND UPSET

ANAND
(looks furious)

KISHORE
నువ్వలా చూడకూ.. నిన్ను కండక్టర్‌ని చేయగలుగా కాని, ఆ పిల్ల నా చేతిలో లేదు. ఐనా రోజు ఆ పిల్ల బా
ఎక్కాలని రూలేం లేదు కదా. రెపొస్తదేమో...

ANAND

నువ్వు నీ పెంటలో జాబ్..

ANAND DOWNS TO GET FROM BUS, ANAND SEES ANJALI ON ROAD RUNNING BEHIND MOVING BUS.

ANJALI

స్టాప్! స్టాప్!. ఆగండీ..

ANAND GETS DOWN FROM BUS IMMEDIATELY. ANJALI COMES NEAR ANAND.

INTERCUT:

3a. EXT. PLEASANT STREET - DAY: ANAND & ANJALI 3a.

3 CONTINUED: (3a) 3

ANJALI
(Taking breath)

మీరెందుకు దిగారు.

ANAND

అంటే మీరే గా, అగమన్నారూ. అందుకే దిగిపోయా..

ANJALI

స్టుపిడ్, నేనాగమంది బస్‌ని నిన్ను కాదు.

ANAND

ఓ! నేను నన్నెమో అనుకున్నా.

ANJALI

ఎడ్చావ్. చ్చా! నెక్ట్ బస్‌కి వన్ హౌర్ అయితది.

ANAND

ఓ! ఇప్పుడెలా!

ANJALI

ఆటోలో వెళ్లాలి. ముందర ఆటో స్టాండ్ ఉంది.

ANAND

మీ పేరూ!

ANJALI
(silent)

ANAND (cont'd)

పానీపూరీ తిందామా!

(CONTINUED)

3 CONTINUED: (3a) 3

ANJALI

పానీపురా! పస్టైటెం అమ్మాయి కనిపిస్తే ఎవరైనా పానీపూరీ అడుగుతారా! కనీసం ఐస్‌క్రీమ్ పార్లర్ అంటారు కానీ.

ANAND

ఐస్‌క్రీమ్ పార్లర్ వెళ్దామా!

ANJALI
(laughs)

నేన్ చెప్పాకా! నువ్వు నిజంగానే వేస్ట్‌ఫెలో.

THEY REACH AUTO STAND. AN AUTO STANDS INFRONT, ANJALI GETS IN.

ANAND

నేన్ రావాలా!

ANJALI

నువ్వెందుకూ. అవసరం లేదు. నేను వెళ్త.

ANAND

బయ్యా! ఎంతైనా పర్లెదూ. జాగ్రత్తగా తీసుకెళ్లు.

(Anand looks for purse.)

ANAND

పర్సు...

INTERCUT:

-- THE CITY BUS -

Kishore with purse in hands

(CONTINUED)

3 CONTINUED: (3a) 3

KISHORE

నన్నె అంటావ్ బే! ఇప్పుడు చేయ్ ఎంజాయ్!

INTERCUT:

-- AUTO STAND --

ANAND

అంటే పర్సు లేదు, మా వొడూ రివేంజ్ ప్రాసెస్‌లో...

ANJALI
(Hide smile)

ఎమౌసరం లేదు. నేను వెళ్తాలే..

AUTO LEAVES, ANAND HOPES ANJALI WILL LOOK OUTSIDE.

ANAND

చూడాలి చుడాలి చుడాలి చుడాలి.

Anjali look outside a while. Anand feels amaze and happy.

INTERCUT:

4 INT. KISHORE ROOM - EVENING: ANAND & KISHORE 4

ANAND CHASES KISHORE DOWN STAIRS

ANAND

దొరుకూ. చెత్తనాయలా.. అమ్మాయి ముందు ఇజ్జత్ తీసింది కాకుండా!

KISHORE

అంటే బంగారం నువ్వు పర్సు పొగొట్టుకుంటావేమోనని.

4 CONTINUED: 4

ANAND

చేసిందే ఎగ్స్ట్రా. మరి వొవరాక్షన్..

Anand push down Kishore, holds his neck gently,

ANAND

హుమ్. అటోలొంచి నన్ను చూసిందిరా.. ఫుల్ హ్యాపి.

KISHORE

అటొలో నుండి నిన్నె కాదు. ఎవడు కనబడిన చూస్తది.

ANAND

నన్ను చూడడం వేరు. జలసీ ఎదవా. కుల్లురా నీకీ!

INTERCUT:

4a. INT. CITY BUS - DAY: 4a.

ANJALI GETS IN AND SIT, ANAND STANDS NEAR HER, ANJALI LOOKS DULL, ANJALI GETS DOWN NEAR MEDICAL COLLEGE, ANAND TOO GETS DOWN NEAR COLLEGE.

EXT. MEDICAL COLLEGE OUTSIDE - DAY:

ANAND

ఓయ్! సింద్రెల్లా. డల్‌గా ఉన్నావ్!

ANJALI

సింద్రెల్లానా, నా పేరు సింద్రెల్లా కాదు..

ANAND

తెలుసు. నువ్వెలాగో నీ పెరు చెప్పవ్ గా. అందుకే నేనే పెట్కున్నా...

4 CONTINUED: (4a) 4

ANJALI

నా ఫ్రేండ్ నాతో టెంపుల్ రానని మోసం చేసింది.

ANAND
(Laughs)

రానని మోసం చేసిందా. చెప్పి మోసం చేసిందా..

ANJALI
(Adds cute expression)

ANAND (cont'd)
(Smiles)

పోనీ నేను రానా!

ANJALI

ఎమ్ వద్దు అన్లెడి మోసం చేసింది నన్ను.

ANAND
(Laughs)

మంచి పని చేసింది. నేను చేయనులే. మోసం.

ANJALI
(Smiles)

ANAND

పదా వేళ్దాం.

INTERCUT:

4b. INT. TEMPLE PREMISES - DAY: 4b.

ANAND AND ANJALI REACHES TEMPLE, PRAYS GOD.

ANJALI

దన్నం పెట్కో.

4 CONTINUED: (4b) 4

ANAND

దెవున్ని దన్నం పెట్టెంత మంచోని కాదులే నేను.

-- TEMPLE STEPS --

ANAND AND ANJALI GETS DOWN THE TEMPLE STEPS.

ANAND

ఇంత చిన్న దానికి నీ ఫ్రెండ్ మోసం చేసిందా.

ANJALI

దొంగ మొఖంది.

-- AUTO STAND NEAR TEMPLE--

ANJALI

ఆటో! శివాలయం వెళ్లాలి.

ANAND
(Surprises)
ఓయ్! నువేదో కన్ఫుజ్ అయితున్నావ్.. మనం టెంపుల్ వేళ్లాం ఆల్రెడి.

ANJALI

తెలుసూ! ఇది వినాయకుని టెంపుల్. మనం వెళ్లేది శివాలయం.

ANAND STUCKS WITH SURPRISE, ANJALI TAKES HIM TO SHIVALAYAM, FROMTHERE TO ANOTHER TEMPLE, AGAIN ANOTHER TEMPLE, AGAIN ANOTHER TEMPLE. ANAND FEELS TIRED AND AWESTRUCK.

INTERCUT:

4c. EXT. HEROINE FRIEND ROOM - DAY: 4c

ANAND
(Whispers)
నీ ఫ్రేండ్ ఎందుకు మోసం చేసిందో ఇప్పుడే అర్థమైంది.

(CONTINUED)

4 CONTINUED: (4c) 4

ANJALI

నువ్వేమన్న అన్నావా!

ANAND

ఎమిలేదు.

ANJALI

భాయ్!

ANAND WALKS AWAY SILENTLY, ANJALI COMES AGAIN AND HUGS ON HIS BACK.

ANJALI
(Pity and cute)

Am sorry!

ANAND FEELS LOVE, ANJALI WALKS OFF,

4 INT/EXT. MULTIPLE - DAY/NIGHT: SONG 1: 4

CUT TO: MEDICAL COLLEGE

5 EXT. MEDICAL COLLEGE - DAY: 5

A MEDICAL STUDENT PARENT HURRILY RUNS TO THE OFFICE ROOM, DIRECTOR LOOKS AT HIM.

PEDDAINA

వారమైంతో సారూ! దయచేసి నా కుతురు ఎడుందో చెప్పండి.

DIRECTOR

చూడండి. మీ అమ్మాయి పరిక్షలు రాస్తుంది. వారం తరువాత రండి.

5 CONTINUED: 5

PEDDAINA

ఇలానే చెప్పొచ్చారు సారూ! ఈ యాలకి నెలైతాంది. మీకూ దన్నం పెడ్తా...

--AJAY ENTERS THE OFFICE ROOM--

AJAY

హాలో పెద్దాయినా. మీ కుతూరు కోసం వెతుకుతున్నారా. నేను మీకూ హెల్ప్ చెస్తా.

PEDDAINA

చానా థ్యాంక్స్ బాబు!

AJAY

థ్యాంక్స్ వద్దు. అదిగో అక్కడ కుర్చున్నారు చూడండి కారులో.. వాళ్లతో వెళ్లండి. మీకూ చాలా మర్యద చేస్తారు. మీ జన్మలో మర్చిపోరు. పొండి.

PEDDAINA

చానా సంతోషం బాబు!

PEDDAINA GETS IN THE CAR, ROWDIES IN CAR MUMS, CAR MOVES.

INTERCUT:

5a. EXT. BUS STOP - DAY: 5a.

ROWDIES BEAT PARENT BRUTALLY, THROWS HIM NEAR BUS STOP, CROWD GATHERS THE PLACE UNEVENLY, ANAND LOOKS ON HIS MOBILE BUT DO NOT NOTICE THE CROWD, ROWDIES LEAVE THE PLACE, ANAND LOOK THE CROWD AND SEES THE BLEEDING PARENT

ANAND

ఓయ్! హలో. పెద్దాయినా ఇటు చూడండి. ఎవరు మిమల్ని ఈలా చేసింది.

ANAND (cont'd)

ఓ గాడ్! హాస్పిటల్ తీసుకెళ్లాలి.

5 CONTINUED: (5a) 5

ROWDIES SEES ANAND FROM CAR'S MIRROR, DRIVES THE CAR REVERSE AND COMES TO HIM.

ANAND

ఆ.. కరెక్ట్ టైంకి వచ్చారూ! దా హెల్ప్ చేయండి. ఎవరో చెత్తనాకొడుకులు దారుణంగా కొట్టినట్టున్నారు.

ONE OF THOSE ROWDIE TAKES THE ROD AND HIT ANAND HARDLY ON HIS BACKHEAD, ANAND GOES UNCONSIOUS FOR A MOMENT AND BECOMES STAGGER.

ANAND (mattuga)

ఉగ్! హుమ్... అంటే కొట్టిన చెత్తనాకొడుకులు మీరేనా..

ANAND MANAGES AND FORCELY TAKES THE ROD AND HITS BACK.

-- FIGHT SCENE 1--

INTERCUT:

6 INT. PRIVATE HOSPITAL - DAY: 6

ANAND LOSES MOBILE NEAR FIGHT, ANAND TAKES THE PARENT TO THE HOSPITAL AND ADMITS, DOCTOR DOES FIRST AID TO ANAND, NURSE COMES TO ANAND,

ANAND (low tone)

చ్చా! మొబైల్ పోయినట్టుంది.

CUT TO: ANAND

-- AJAY HOUSE--

ROWDIE

ఎవడో వచ్చి ఆ ముసలొన్ని కాపాడాడు. ఇగో వాడి మొబైల్ దొరికింది.

6 CONTINUED: 6

Ajay takes the mobile from rowdie.

CUT TO: AJAY

--Private hospital-

Nurse walks in,

NURSE

ఆనంద్ మీరేనా!

ANAND

హ అవును.

NURSE

చూడండి సార్. ఇది క్రైమ్ కిందకి వస్తాది. పెషంట్‌ని చాలా దారుణంగా ఇంజూర్ చేసారు. కొన్ని ఫార్మాల్టీస్ పూర్తి చేయాల్సి ఉంటుంది. సో మీరు ఇక్కడే ఉండాల్సి వస్తుంది.

ANAND

కాని నాకు ఈయనకు సంబంధం లేదు. ఐ డిడ్ మై హెల్ప్ అంతే...

NURSE

మీకూ ఈయనకు సంబంధం లేదంటున్నారు. మిరు వెళ్ళిపోయాకా మళ్ళ ఎవరైనా రావచ్చు సో మీరు ఒక 2 డేస్ ఇక్కడే ఉంటే మంచిది.

INTERCUT:

6a. EXT. BUS STOP - DAY: 6a.

--DAY1-

ANJALI LOOKS FOR ANAND NEAR BUS STOP, ANJALI DOES NOT SEE ANAND.

(CONTINUED)

6 CONTINUED: (6a) 6

-- DAY2 BUS STOP --

ANJALI WAITS NEAR BUS STOP FOR ANAND, ANAND DO NOT COME, ANJALI GETS IN BUS.

6b. INT. CITY BUS - DAY: KISHORE & ANJALI 6b.

ANJALI

ఓయ్! నీ ఫ్రేండ్ ఎడా.. కన్పిస్తలేడు. ఎడికి పారిపోయినాడు.

KISHORE

ఎవడు వాడా.. ఎప్పడు ఎక్కడుంటాడొ వాడికే తెలిదు. అయినా నువ్వెందుకు అడుగుతున్నావ్..

ANJALI

అవన్ని చెప్పకూడదు సీక్రెట్. వాడి నంబర్ ఇవ్వు.

KISHORE

వాడి నెంబర్ తెలియదు కాని సిక్రెటా..

ANJALI

ఇవ్వు బే! తంతా చూడూ...

KISHORE (laughs)

బె నా! వామ్మో ఎందుకంత కోపం తీస్కా. 96......

INTERCUT:

6c. EXT. ANJALI ROOM - DAY: ANAND & ANJALI 6c

ANJALI GETS OFF THE AUTO, TAKES PHONE TO MAKE CALL TO ANAND, ANJALI LOOKS HUFF,

(CALL CONNECTS)

CUT TO: ANJALI

(CONTINUED)

6 CONTINUED: (6c) 6

--AJAY HOUSE--

The phone rings. Ajay lifts the call

AJAY (eagerly)

హలో.

-- ANJALI ROOM--

(BACKGROUND: ANAND WAITING WITH HIS BIKE)

ANJALI LOOKS ANAND AND IGNORES THE CALL. ANAND GIVES A SMILE. ANJALI NEGLECTS ANAND AND WALK IN. ANAND GETS OFF THE BIKE, RUNS AND HOLD ANJALI'S HAND.

ANAND

సిండ్రెల్లా సారీ..

ANJALI (huff)

ఎమౌసరం లేదు పో, మీరు బిసి పర్సన్ కద. మాతో ఎమి పనుంటదిలే.

ANAND

అంటే... అ... (Anjali interrupts…)

ANJALI (cont'd)

నేను టెంపుల్ తిప్పినా కదా, అందుకే కదా, కావాలని అవైడ్ చేస్తున్నావ్...

ANAND

రాస్కో. టింగరి దానా, మొత్తం నువ్వె అనుకో. చిన్న పనుండే అంతే..

ANJALI
(silent)

ANAND (cont'd)

ఐనా నా ఫోన్ కూడా లేదు, పోయింది.

6 CONTINUED: (6c) 6

ANJALI

పోగొట్టినా అని చెప్పు. అబద్ధం.

ANAND
(smiles)

ANJALI

నవ్వకు తంతా చూడూ. ఈ రోజు మొత్తం నాతోనే ఉండాలి.

ANAND (smiles)

హా సరే మెడమ్.

ANJALI

ఇక్కడే ఉండు పోయి ఫ్రెషప్ అయ్యి వస్తా...

ANJALI WALKS OFF. ANAND WAITS OUTSIDE. TIME PASSES BY… ANAND STILL WAITS FOR ANJALI. ANAND LOSES PATIENCE AND WALKS IN THE ROOM. ANAND SEES ANJALI LOOKING FOR DRESS.

(BACKGROUND: ANJALI FRIENDS SMILES AND CHIT CHAT ON EARS.)

ANAND

ఓయ్. ఎంత సెపే..

ANJALI

రెడి అవ్వాలి కదా..

ANAND

ఇంకా కాలేదా. టైం ఫోరైందే. నేను పన్నెండుకు వచ్చా..

ANJALI (innocently)

వస్తున్నా తిట్టకు.

(CONTINUED)

6 CONTINUED: (6c) 6

ANAND (laughs)

అమ్మాయి రెడి కావాడానికి యుగాలు అవుతాయ్ అంటే ఎమో అనుకున్నానే..నిన్ను చూస్తె అర్థమైతుంది.

ANAND & ANJALI WAIT OUTSIDE. ANAND GETS THE BIKE TO PICK ANJALI.

ANAND

రా కూర్చొ.

ANJALI

అచ్చ. అంత ఎక్స్పెక్ట్ చేయొద్దు. నేను బైక్‌లో రాను.. ఇద్దరం నడుచుకుంటు వెళ్దాం...

ANAND

నడుచుకుంటా... పోని ఆటోలొనన్న..

ANJALI

హా సరెలె..

THEY BOTH GET IN AUTO.

INTERCUT:

7 INT. AUTO: DAY- EVENING: 7

ANAND SEES ANJALI,

ANJALI

ఎంటి చూస్తున్నవ్ హా.

ANAND

నేనిన్నెమ్ చూడలే.

ANJALI SHOWS HER TEACHERS HOUSE.

7 CONTINUED: 7

ANJALI

అది మా సార్ ఇల్లు, వెస్ట్‌గాడు ఎప్పుడు నన్ను తంతుండే..

ANAND

బాగైంది.

THEY GET DOWN FROM AUTO NEAR PANIPURI BANDI

7a. EXT. PANI PURI BANDI- DAY: 7a.

ANJALI

ఇక్కడ పానీపూరీ బాగుంటాది.

ANAND
(Smiles)

తిందాం అన్వాప్ గా!

INTERCUT:

7b. INT. BAKERY - NIGHT: 7b.

ANAND AND ANJALI SITS ON CORNER SEAT, B.G. A FAMILY SITS BESIDES THEM, THEY OBSERVE ANAND AND ANJALI

ANAND

ఆర్డర్ చేయ్..

ANJALI

హుమ్! బర్గర్ తిందాం..

ANAND LOOKS AT ANJALI, ANJALI LOOKS SHY AND EMABARASSED

ANJALI (Cont'd)

అటు తిరుగు.. నువ్వు చూడకు.

7 CONTINUED: (7b) 7

ANAND SMILES AT HER, ANAND LOOKS AT HER EYES DEEPLY

ANJALI (Cont'd)

నెన్ తినన్ నువ్వు నవ్వుతున్నావ్.

ANAND

నవ్వన్‌లేవే తిను.

ANJALI TAKES A BURGER BITE,

B.G. A family observes Anand & Anjali.

ANJALI

నువ్వు తిను. ఇటు నుండి తిను.

ANAND EATS THE BITE FROM THE SAME SIDE OF THE BURGER, ANJALI FEELS EMBARASSED.

B.G.FAMILY SHOCKS WITH THE SCENE

-- Family's father with her daughter--

FATHER

ఎందీ చూస్తున్నావ్.. చెడిపొయింది కాలం... పా...

Family leaves the place.

ANJALI LEAVES THE BAKERY, ANJALI LOOKS ANGER AND FURIOUS.

INTERCUT:

7c. EXT.ANJALI ROOM - NIGHT SILENT: 7c.

ANJALI

మాట్లాడకు కోపం వస్తుంది. అందరి ముందు ఎంత ఏంబరైస్ ఐనా...

ANAND TRIES TO COMPRIMISE, ANJALI LOOKS FURIOUS.

7 CONTINUED: (7c) 7

ANJALI (Cont'd)

అసలు నీకు తెలివుందా..

ANAND TIGHTLY DRAGS ANJALI TOWARDS HIM.

ANAND (Looking at her eyes deeply)

ఎవరెమైనా అనుకొనే.

--A MOMENT OF SILENCE --

ANAND (Cont'd)

ఎంత బాగున్నాయె నీ కల్లు.

ANJALI (deep Sigh)

డైవర్ట్ చేయకు. కోపం వస్తుంది. నేను వెళ్తా. వదులు.

ANAND

ఇంత ఇనోసెంట్‌గా ఉంటే ఎలా వదలనే..

ANJALI

వదులు నెను వెళ్తా..

Anand leaves Anjali, Anjali walks away slowly.

ANAND

గుడ్ నైట్ సిండ్రెల్లా.

ANJALI

అంజలి.

ANAND

క్యూట్ గా ఉన్నావ్..

7   CONTINUED: (7c)   7

                              ANJALI

        బై..

ANJALI WALKS TO THE ROOM, ANAND LOOKS HER CONTINUOUSLY, ANJALI
COMES BACK.

                              ANJALI

        వెళ్లాలా.. వెళ్లాబుద్ధి అవడం లేదు.

ANAND GETS THE BIKE.

                              ANAND

        రా కూర్చో. నైట్ రైడ్ చూయిస్తా..

                              ANJALI
                              (Smiles)

        ఎవర్కి చెప్పకు..

                                                    INTERCUT:

7d.   EXT. HIGHWAY - NIGHT: ANAND & ANJALI   7d.

ANAND AND ANJALI TAKES A ROMATIC RIDE, ANAND WANTEDLY SLIPS
BIKE.

                              ANAND

        అవుచ్..

                              ANJALI

        ఎమైంది. గట్టిగా తగిలిందా..

                                                    (CONTINUED)

7 CONTINUED: (7d) 7

ANAND (Overacts)

చేయి పెయిన్. బైక్ నడపలేననుకుంటా..

ANAND (Innocent)

మరి ఇంటికెలా వెళ్దాం...

ANAND

రా..

ANJALI

ఏంటి.

ANAND

బైక్ నడుపుదు..

ANJALI

నేనా.. కాని నాకు రాదు.

ANAND

నేనున్నాగా. నేర్పిస్తా...

ANJALI

ఎమొద్దు..

ANAND

అంటూరు కదే. Every girl loves to ride a bike అని.

ANJALI SITS ON BIKE, ANAND HOLDS ANJALI CLOSELY, ANJALI LOOKS ANAND EYES PASSIONATELY, ANAND TOUCHES ANJALI CHEEK WITH HIS CHEEK

ANAND

క్లచ్ పట్టుకో...

7 CONTINUED: (7d) 7

ANJALI
(Smiles)

ANAND

కింద కనిపిస్తుందా గేర్.. దాన్ని ప్రెస్ చేయ్..

Anjali keeps her foot on Anand foot, press slowly and looks at Anand

ANAND

ఇప్పుడు స్లోగా వదులు.

ANJALI LEAVES BIKE CLUTCH, BIKE MOVES SUDDENLY, THEY BOTH START RIDING, B.G. MOON AND LOVELY CLIMATE

7 INT/EXT. MULTIPLE - DAY/NIGHT: SONG 2 ROMANTIC 7

CUT TO: AJAY ROOM

8 INT. STORE ROOM AJAY HOUSE - DAY: 8

Ajay rapidly opens the store doors. Stare at the peddaina daughter he kidnapped, Ajay goes to her, She looks afraid. Ajay tries to man handle her, she tries to escape.

GIRL (Crying loudly)

ప్లీజ్ ప్లీజ్ నన్ను వదిలెయ్ నీకూ దండం పెడ్తా. నేను వెళ్లపోతా...

AJAY

వదలనీకా నిన్ను కిడ్నాప్ చేసింది. వాడనీకే.... నిన్ను ఫుల్‌గా ఎంజాయ్ చేసి, అప్పుడు నీకు విముక్తినిస్తా.. ఇ గ్యాప్‌లో నువ్వు బ్రతికున్నావో నీ అదృష్టం.

8   CONTINUED: 8

GIRL TRIES TO ESCAPE FROM AJAY, SHE MOVES OVER THE DECEASED BED
WHERE SHE SEES A KNIFE, AJAY TRIES TO CATCH HER, GIRL TAKES THE
KNIFE AND HITS AJAY ARM, SHE MANAGES AND ESCAPE FROM THE ROOM
AND RUNS DOWN THE MAIN ROAD.

--MAIN ROAD--

A CAR FROM THE ROAD CRASHES THE GIRL, SHE GETS HEAVILY INJURED,
CROWD GATHERS, AJAY LOOKS FROM THE HOUSE WINDOW (P.O.V)

                          AJAY'S (P.O.V)

    మంచి పని చేసావ్. నేను చంపకుండానే చచ్చావ్.. హతవిధీ.

                                              INTERCUT:

8a. INT. MEDICAL HOSPTIAL - DAY: 8a.

AJAY GETS FROM THE CAR, WALKS IN HOSPTIAL. DOCTOR APPROACHES TO
HIM.

                          DOCTOR

    ఏమైంది బాబు. చేతికి రక్తం.

                          AJAY (Recklessly)

    అందుకే కద నేనొచ్చింది. సింపతి పక్కన పెట్టి కట్టు కట్టు.

                          DOCTOR

    సారీ బాబు. ఇటు రండి.

AJAY SEES ANJALI SMILING WITH HER FRIENDS, AJAY LOOKS HER
CURIOUSLY

                          AJAY

    ఆగు.. కట్టు నువ్వు కాదు. తను కడ్తాది.

                                                    (CONTINUED)

8 CONTINUED: (8a) 8

DOCTOR CALLS ANJALI, ANJALI COMES NEAR.

DOCTOR

అంజలి. టేక్ హిమ్..

INTERCUT:

8b. INT. GENERAL WARD - DAY: AJAY & ANJALI 8b.

ANJALI

ఓ! నైఫ్‌తో కట్ చేసుకున్నారా.. లవ్ ఫ్యెయిల్యురా..

AJAY

ఆల్మోస్ట్ అలాంటిదే..

ANJALI CLEANS THE HAND AND MAKES FIRST AID, AJAY LOOKS AT HER CURIOUSLY, ANJALI PHONE RINGS

AJAY

బాయ్ ఫ్రెండా...

ANJALI (Casually)

హా అవును.

ANJALI (Cont'd)

చిన్న దెబ్బె.. తగ్గిపోతుంది.

AJAY

మళ్ల రావాలా..

ANJALI

అవసరం లేదు. ఈ ట్యాబ్లెట్స్ వాడండి చాలు.

(CONTINUED)

8 CONTINUED: (8b) 8

ANJALI PHONE RINGS, PICKS THE CALL.

ANJALI

ఏంటీ.

--COLLEGE MAIN ENTRANCE--

ANAND

కిందకు రా..

ANJALI

(Over phone)

నీకూ వేరే పని లేదా..

ANAND

ఇప్పుడైతే లేదు.

--HOSPITAL–

ANJALI

ఆగు వస్తున్న..

ANJALI ENDS THE CALL,

ANJALI (Cont'd)

ఈ ట్యాబ్లేట్స్ వాడండి. ఓకే నేను వేళ్తా..

ANJALI WALKS OFF; AJAY COMES DOWN TO SEE ANAND.

INTERCUT:

8c. EXT. MEDICAL COLLEGE GATE - DAY: 8c.

ANJALI COMES TO ANAND, ANAND ON HIS BIKE LOOKS ANJALI AND SMILES.

(CONTINUED)

8   CONTINUED: (8c)   8

                              ANJALI

        ఎందుకొచ్చావ్..

                              ANAND (Romantically)

        నీతో తిరుగుదామని.

                              ANJALI

        వేరేపనిలేదా. క్లాసుంది నాకూ.

                              ANAND

        బంక్ కొట్టు..

                              ANJALI

    బంకా నేనా.. వద్దు. ఏంటి నీ బైక్‌లోనా.. అవసరం లేదు. నీ బైక్ స్టోరి నాకు తెలుసు.. వెళ్తె ఆటోలో వెళ్దాం.

                              ANAND

        ఇ మాత్రం దానికి రైడ్ ఎందుకు.

                              ANJALI

        ఐతే వెళ్లపోనా..

                              ANAND

        ఆటోలో వెళ్తాం. ఆటో...

    AUTO STOPS BY,

    B.G. AJAY SEES ANJALI WITH ANAND. HE RUNS FAST TO SEE ANAND FACE
    BUT COULD NOT SEE AS THE AUTO MOVES INSTANTLY TILL THE TIME HE
    REACHES THE SPOT. AJAY LOOKS UPSET.

                                                            INTERCUT:

8d. INT. AUTO - DAY: ANAND & ANJALI   8d.

                                                        (CONTINUED)

8 CONTINUED: (8d) 8

ANAND

దీని బదులు ఒక ఆటో తీసుకుంటా..

ANJALI

ఒవరాక్షన్ చేయకు, నేను దిగిపోతా చూడూ..

ANAND (To auto driver)

నా గర్ల్‌ఫ్రేండ్‌కి కొంచెం కోపం ఎక్కువ బాస్. నిన్ను కూడా తిడ్తె పట్టించుకోకు..

Auto drives flips the face left

KISHORE

తెలుసు...

ANAND

అరే ఫాల్తుగా.. నువ్వెంట్రా ఇక్కడా. నీ కండక్టర్ జాబ్ ఎమైంది.

KISHORE

ఆదో లాంగ్ ట్రాజిక్ స్టోరీ.

ANAND

ట్రాజిక్ స్టోరీ ఆ...

KISHORE

అవును.

KISHORE (Cont'd)

నిన్ను చూసి నేను ఇన్స్‌పైర్ అయ్యా. ఎలాగైనా నేను ఒక అమ్మాయిని పట్టాలనుకున్నా.. మార్నింగ్ కండక్ట ర్‌గా.. ఈవినింగ్ నీ బిఎమ్‌డబ్లులో రాయల్ లైఫ్ స్టార్ట్ చెసా...

FLASHBACK SCENE:

9 INT. KISHORE ROOM - DAY: 9

9 CONTINUED: 9

KISHORE WAKES, TAKES THE CAR, WASH IT AND ROAM THE CITY. VISITS PUBS, BARS, AND RESTAURANTS AND ENJOYS THE EVENING LIFE.

KISHORE (V.O.)

చాలా కష్టంగా ఎదోలా ఒక అమ్మాయిని పట్టా.

KISHORE SEES A GIRL FROM BALCONY, IMPRESS HER DAILY WITH HIS CAR AND FINALLY SHE SMILES.

KISHORE (V.O.)

నేను తను సిటి మొత్తం తిరిగడం స్టార్ట్ చేశాం. మీలా పానీపూరి తినలా...

They both enjoy watermelon on street,

B.G. FEW OF KISHORE BUS COLLEGUES TRIES TO CALL HIM,

KISHORE SIGNS THEM WITH HIS FINGER TO LEAVE

KISHORE (V.O.)

నాలో గజినిలో సూర్యను చూసుకున్నా..

KISHORE DRAWS THE MONEY, PAYS PARLOUR, BAR, PUB AND RESTAURANTS

KISHORE (V.O.)

వచ్చె జీతం మొత్తం. కారుకి పిల్లకే సిరపోయింది. సినిమాలని, షాపింగ్‌లని, పార్లర్‌లని.. ఓ చాలానే చేశాం.

.

RETURN TO PRESENT SCENE:

9b. INT. AUTO - DAY: 9b.

ANAND

ఇంకేటి బే.. బానే ఉందిగా నీ స్టోరీ..

(CONTINUED)

9 CONTINUED: (9b) 9

KISHORE

నువ్వు అప్పుడే సీన్ మూసెయ్‌కూ.. ఇంకా క్లైమాక్స్ ఉంది.

BACK TO FLASHBACK SCENE:

KISHORE (V.O.)

నేను రిచ్ కాదూ. మీలా సామాన్య మనిషనినే అని తనకు చెప్పి నా ప్రేమలో నిజాయితీ ప్రూవ్ చేసుకుందాం అనుకున్నా...

KISHORE (V.O.)

కానీ ఈలోపే గోరం జరిగిపోయింది.

INTERCUT:

9c. INT. CITY BUS - DAY: KISHORE & KISHORE LUV 9c.

KISHORE LUV WALKS IN BUS, KISHORE DOES NOT SEE HER FACE, LOOKS DOWN PRESING HIS TICKET MACHINE

KISHORE

ఎడికెళ్లాలి.

LOOKING AT TICKET MACHINE

KISHORE

అక్క నిన్నే ఏడికి.

KISHORE LUV

(Silent)

KISHORE LOOKS AT HER, KISHORE LUV LOOKS FURIOUS. KISHORE FEELS UNEASY. LAUGHS, CRIES, BITE FINGERS AND RUN DOWN MAIN ROAD

(CONTINUED)

9 CONTINUED: (9c) 9

RETURN TO PRESENT SCENE:

KISHORE

అంతే.. అటు బస్‌లో తనును చూడలేకా, జాబ్ చేయాలేకా.. ఇలా ఆటోలో జీవితం సాగిస్తున్న...

ANAND & ANJALI LAUGHS CONTINUOUSLY WITH KISHORE'S FUNNY TRAGIC FLASHBACK.

ANAND PHONE RINGS, LIFTS THE CALL.

INT. HOSPITAL

NURSE

ఆనంద్. నేను నర్స్ మాట్లాడుతున్న..

SHE SPEAKS SOMETHING

--AUTO--

ANAND

వస్తున్న...

ANAND GETS FROM AUTO IMMEDIATELY AND RUNS TO HOSPITAL

INTERCUT:

10 INT. HOSPITAL CORRIDORS - DAY: 10

NURSE

తను ఆ పెద్దాయినా కూతురు. ఈ కాలేజిలోనే చదువుతుంది. చాలా డీప్‌గా ఇంజూర్ ఐంది, రోడ్ ఆక్సిడెంట్. ఐ.సి.యులో ఉంచాం. పెద్దాయినా కోల్కున్నాకా ఈ విషయం చెప్పండి.

AJAY ROWDIES SEES PEDDAINA DAUGHTER IN I.C.U, THEY CALL TO AJAY

ROWDY (Over Phone)

అన్న ఆ పెద్దాయినా కూతురు బ్రతికే ఉంది. మీ కాలేజ్ హాస్పిటలానే..

(CONTINUED)

10 CONTINUED: 10

AJAY

ఇప్పుడే వస్తున్న

INTERCUT:

10a. INT. HOSPITAL - DAY: 10a.

AJAY COMES TO HOSPITAL, WEARS APHRON AND STETHTESCOPE, WALK IN TO I.C.U.

AJAY

నీకూ గుండె ధైర్యం ఎక్కువే. ఇంకా చావలేదా.. గ్రేట్. నీ చావు నా చేతిలో రాసుంటే నేను మాత్రం ఎమిచేస్తా. స్వర్గశీలివై మళ్ల పుట్టుగాకా...

AJAY REMOVES THE OXYGEN MASK, GIRLS STRUGGLES TO BREATH AND PASSES AWAY. AJAY WALKS OFF.

--THE CORRIDOR--

AJAY (Respectfully)

పేషేంట్ రెస్ట్ తీసుకుంటుంది డిస్టర్బ్ చేయకండి.

INTERCUT:

10b. INT. HOSPITAL RECEPTION - DAY: AJAY & ANAND 10b.

ANAND SEES AJAY AND WALKS TO HIM.

ANAND

ఎక్స్‌క్యూస్‌మీ డాక్టర్ నేను మీతో మాట్లాడాలి.

AJAY SEES ANAND.

INTERCUT:

(CONTINUED)

10 CONTINUED: (10b) 10

--SOME PRIVATE AREA IN HOSPITAL--

AJAY

చెప్పండి.

TIME CUT:

AJAY (Cont'd)

అంటే.. ఆమేది ఆక్సిడెంట్ కాదాంటారు.

ANAND

మీ కాలేజ్‌లోనే ఎవరైనా ఉన్నారెమో.

AJAY

నాతో కాంటాక్ట్ ఉండండి నేను ఇన్‌ఫర్మేషన్ ఉంటే మీకు చెప్త..

ANAND WALKS OFF; ROWDY WALKS IN. HE SEES ANAND.

ROWDY

అన్నా వాడెన్న.. ఎక్‌దమ్ పక్కా వాడే.. ఆ పెద్దాయినను మా నుండి కాపాడింది వాడే అన్నా. నీ పోరీ లవర్ కూడా వాడే..

AJAY

అంటే నా దగ్గరకు వచ్చి నన్నే పట్టుకోనీకీ నాకే హేల్ప్ అడుగుతాడా...

వాణ్మి నైట్ వాడింట్లో నే వేసెయండి.

INTERCUT:

10c. INT. ANAND OFFICE ROOM - NIGHT RAINING: 10c.

ANAND

నో మన లాజిస్టిక్స్ కొంత చేంజ్ చేయాలి డాడ్. నేను ఫ్రీక్ అవుదాం అనుకుంటున్న, కీశోర్‌కి అప్పచెప్తున్న..

(CONTINUED)

10 CONTINUED: (10c) 10

--BALCONY -

ROWDIES JUMP THE WALL OF ANAND HOME. A SUMO AT THE END OF THE STREET, FEW ROWDIES ENTERS ANAND HOME, POWER CUT.

ANAND OBSERVE SHADOW

ANAND

సరే డాడ్ నేను మళ్ల కాల్ చేస్తా..

ANAND WEARS THE RAIN COAT, JUMPS THE GATE AND WALKS TO THE MAIN ROAD SECRETLY, ROWDIES FOLLOW ANAND.

INTERCUT:

10d. EXT. MAIN ROAD STREET LIGHT - NIGHT RAINING: 10d.

ANAND

Whip! ఇక్కడ.

GUNDU

సీన్ ఇక్కడ ప్లాన్ చేస్నావేంటన్న.

ANAND

ఇంట్లో కాస్త ఐటెంస్ ఉన్నాయ్‌రా. మీ లాంటి ఐటం గాళ్లకి రొడ్డె కరెక్ట్.

GUNDU

నాక్ తెల్వద్ అన్న నేను పోతున్న..

GUNDU ROWDY ESCAPES THE SCENE, ONE OF THE REMAINING CHASES ANAND.

--FIGHT TAKES PLACE--

ANAND HOLDS ONE OF THE ROWDY'S COLLARS.

B.G. QRT SEES THE SCENE AND REACHES THE SPOT.

10 CONTINUED: (10d) 10

ANAND

ఎవర్ర మిమల్ని పంపింది.

ROWDIES SEES QRT AND ESCAPES ON THE SPOT.

INTERCUT:

11. INT. ANAND ROOM - NIGHT: 11

ANAND ENTERS ROOM, SEES ANJALI'S MISSED CALLS. CALL TO ANJALI. ANJALI DON'T RESPOND. ANAND TRYS AGAIN.

ANAND

ఈ పిల్ల ఇన్ని సార్లు ఫోన్ చేసింది. చంపెస్తాది పక్కా..

Call Connects

ANAND

సారీ సింద్రెల్లా..

--ANJALI ROOM--

ANJALI (Huff)

ఉం.

CUT TO: ANJALI

—ANAND ROOM—

ANAND

ఫోన్ చూస్కొలేదే.

(CONTINUED)

11   CONTINUED: 11

                                        ANJALI (Over Phone)
        ఉం.

ANAND RIDES BIKE TO ANJALI ROOM

                                                            INTERCUT:

11a. INT. ANJALI ROOM - NIGHT: RAINING   11a.

ANAND ENTERS THE ANJALI ROOM,

B.G. ANJALI ROOM MATES SMILES AT ANAND

                                        ANAND
        కొంచెం బయటకి పోతారా.

ROOM MATES WALK OFF; ANAND GO TO ANJALI BED. ANJALI FEELS HUFF.

                                        ANAND
        సారీ పిల్ల.

                                        ANJALI
        ఎందుకొచ్చావ్... వదిలేసి పోయినావ్ కద.

                                        ANAND
        అది కొంచెం అర్జంట్ ఉండే..

                                        ANJALI
        నీకెప్పుడు అర్జంటేగా...

Anjali's roommate DIVYA peeps through window

                                                        (CONTINUED)

11 CONTINUED: (11a) 11

DIVYA

తనకు మార్నింగ్ నుండి ఫీవర్ ఉంది.

ANAND

మార్నింగ్ నుండి ఫీవర్ ఉందా.

ANAND HOLDS ANJALI'S LITTE FINGER CARINGLY

ANAND

ఇక్కడుందా ఫీవర్..

ANJALI (Smiles with love)

ఉం.

ANAND MOVES HIS FINGERS TOWARDS HER RIGHT ELBOW

ANAND

ఇక్కడా..

ANJALI (Hides Smile)

ఉం..

ANAND

ఇక్కడ..

ANAND CLOSELY MOVES HIS HEAD AND DEEPLY KISSES ON HER CHEEKS. ANJALI GIVES A SMILE.

INTERCUT:

11b. EXT. BEACH/MULTIPLE LOCATIONS - DAY/NIGHT: SONG 3 ROMANTIC 11b.

CUT TO: AJAY ROOM

11 CONTINUED: 11

11c. INT. AJAY ROOM - NIGHT: AJAY WICKED 11c.

AJAY AND HIS FRIEND TAKING WINE,

AJAY FRIEND

నీకు కావాల్సింది ఆ పిల్ల ఇంకా వాడు. ఒక పని చేయి ఆ పిల్లని టూర్ కి వచ్చేలా చెయ్. టూర్‌లో ఫుల్ ఎంజాయ్. ఒకే దెబ్బకి రెండు పిట్టలు, ఒకటి ఆ పిల్ల, రెండు ఆ పిల్లని వదులుకున్న అని వాడు. పిచ్చోడై తాడు.

AJAY

నైస్ ఐడియా... (Taking Peg)

INTERCUT:

11d. INT. COLLEGE CAMPUS PRIVATE PLACE - DAY: 11d.

AJAY COMES TO ANJALI

AJAY

నేనూ ఈ కాలేజే.. నీకు తెలుసుండదు. నీలా నేను టాపర్ కాదు, లోఫర్. సబ్జెక్ట్ ఏంటంటే.. నువ్వు మాతో టూర్‌కి రావాలి.

ANJALI

సారీ నాకూ ఇంట్రేస్ట్ లేదు.

AJAY

అడిగితే రానికి నువ్వు తెలివి తక్కువ దానివి కాదని నాకు తెలుసు.

AJAY (Cont'd)

అలా అని నేను తిక్కొని కాదు.

(CONTINUED)

11 CONTINUED :(11d) 11

టూర్‌కి రావాలి. రాలేదో నీ బాయ్‌ఫ్రేండ్, పాపం జాలేస్తుంది, కనీసం నువ్వు చూస్కోనీకీ లేనంతగా వాణ్ణీ చంపుతా. ఈ విషయం ఎవర్కి చెప్పినా, తెలిసినా భాదపడేది నువ్వె. టేక్ కేర్.. మీట్ ఇన్ టూర్.

AJAY WALKS OFF; ANJALI BECOMES SPEECHLESS, DON'T KNOW WHAT TO DO, DECIDES TO GO TO TOUR.

INTERCUT:

12 INT. ANAND KITCHEN - DAY: ANAND & ANJALI 12

ANAND SEES ANJALI IN KITCHEN, GOES TO HER, ANJALI GIVES FAKE SMILE.

ANJALI

ఓయ్! నేను టూర్‌కి వెళ్తున్న. మళ్లి వన్ వీక్ తర్వాత వస్తా..

ANAND

ఫ్రేండ్స్‌తో ఎంజాయా నేను రానా..

ANJALI

అవసరం లేదు.

Follow dosa on stove; reveal Anjali taking dosa in a plate, gives to Anand

ANJALI

ఈ దోష తిను

ANAND

ఏంటే ఇంత ప్రేమా ఎప్పుడులేనిది. నాకు చెప్పకుండా ఇంటికొచ్చావ్..

12 CONTINUED: 12

ANJALI

ఇలా ఉండకు, డ్రసింగ్ బాగా ఉండాలి, ఎక్కడ పడితే అక్కడ తిరగకూ.

A moment of silence,

ANJALI

బైక్ మీద వెళ్దామా.

INTERCUT:

12a. EXT. MAIN ROAD: DAY 12a.

ANAND & ANJALI RIDING ON MAIN ROAD, ANJALI HUGS ANAND BACK TIGHTLY ON BIKE, SHE HIDES HER TEARS.

INTERCUT:

12b. INT. BUS WAITING PLACE - DAY: 12b.

ANJALI

స్మయిల్ ఇవ్వు.

ANAND SMILES

ANJALI (Cont'd)

బస్ వేయిట్ చేస్తుంది, నేను వెళ్లనా..

ANAND

వెళ్లూ.

ANJALI

ఈ గిఫ్ట్, నా నుండి జాగ్రత్త.

ANAND TAKES LOCKET FROM ANJALI,

(CONTINUED)

12 CONTINUED: (12b) 12

ANAND

మేడం. నువ్వు వెళ్లేది టూర్‌కీ, ఏదో మళ్లీ రాను అన్నట్టు చేస్తున్నవ్.

ANJALI

(Silent)

ANAND

వన్ వీకా.. ఫోన్ అన్న చేయ్ వే..

B.G. COLLEGUES WAITING FOR ANJALI

ONE OF THE TOUR MEMBER CALLS ANJALI,

COLLEGUE

అంజలి లేటైతుంది.

ANJALI SLOWLY GETS IN BUS.

ANJALI

నేను వెళ్తా...

ANAND

ఓయ్! బాగా ఎంజాయ్ చెసిరా...

ANJALI GETS IN BUS, BUS TAKES A MOVE.

ANAND (Shouts)

సింౖడెల్లా జాౖగత్త...

--IN THE BUS--

12 CONTINUED: (12b) 12

ANJALI LOOKS FROM WINDOW, TEARS ON HER EYES ROLLS OUT.

12c. XLS.MOVING BUS - DAY: 12c.

INTERMISSION

FADE OUT:

(CONTINUED)

FADE IN:

13 EXT. CHAI BANDI - EVENING: ANAND & KISHORE 13

ANAND SITS NEAR CHAI BANDI, KISHORE WALKS IN. ANAND LOOKS SAD AND ALONE.

KISHORE

ఎమైంది రా!

ANAND

బాగనిపిస్తలెదు మామా!

KISHORE

(Glance at Anand)

ANAND TAKES LONG BREATH, TOUCHES HIS HEART, LOOKS DEPRESS AT KISHORE.

ANAND (Cont'd)

ఇక్కడేదో తెలియని ఫిలింగ్. అంజలిని చూడాలి చూడాలి వెళ్ల అంటున్నయ్...

ANAND (Cont'd)

తను సంతోషంగా లేదేమొ రా!

KISHORE

(Looks emotional and stare at Anand)

ANAND (Cont'd)

ఐనా నా పిల్లని నేను కాకుండా ఎవడు మామా చూసుకునేది.

ANAND IMMEDIATELY GETS TO HIS BIKE AND LEAVE THE PLACE, KISHORE LOOKS SURPRISE AND ASTONISHED.

13 CONTINUED: 13

KISHORE (cheers)

ఆహా.. ఏమి లవ్వు రా! కొషన్ నువ్వే అన్సర్ నువ్వే..పో కాని..

INTERCUT:

13a. EXT. MAIN ROAD - DAY LIGHT FAIL: 13a.

ANAND RIDES ON MAIN ROAD, OVERTAKES THE TOUR BUS, STOPS IT. ANAND GETS FROM BIKE, BUS STOPS A SUDDEN.

INTERCUT:

13b. INT. TOUR BUS - DAY: 13b.

B.G. TOUR MEMBERS LOOKS AT ANAND. ANAND MOVE TO ANJALI'S SEAT.

ANAND

పోవాలని లేదు కదా.

ANJALI

(Silent)

ANAND

నిన్ను వదిలేసి ఒక్క నిమిషం ఉండలేకున్న, వారం ఎలా ఉంటానే..

ANJALI (Feels secure and emotional)

13   CONTINUED: (13b)   13

ANAND

రా. ఎడికన్న పారిపోదాం...

ANAND HOLDS ANJALI'S HAND. AJAY BLOCKS THE WAY.

AJAY (singing)

ప్యార్ ఆగయ్ వాపస్. ఏ ప్యార్ ఆగయ్ వాపస్.

AJAY TURNS SERIOUS AT ANAND.

AJAY (recklessly)

నా నా సంకలు నాకి, ఎదో జివితంలో ఫస్ట్ ప్లాన్ వేస్తే..

అంజలి పారిపోదామా.. రొమాంటిక్ డైలాగ్ చెప్తావ్ ఏంట్రా....

ANAND LOOKS FURIOUS, AJAY'S FRIEND BLOCK ANAND, ANAND HITS HARD
AND THE PERSON ROLLS OUT OF THE BUS'S MAIN GLASS.

ANAND & ANJALI GET DOWN. FEW SUMOS COVER THE BUS.

                         --A FIGHT TAKES PLACE--

AJAY ESCAPES THE PLACE, MOBILE OF HIS FELLS DOWN.

                                                    INTERCUT:

13c. EXT. MAIN ROAD PLEASANT PLACE - NIGHT: ANJALI & ANAND   13c.

                                                    (CONTINUED)

13 CONTINUED: (13c) 13

ANJALI LOOKS ANAND, TEARS FROM HER EYES ROLLS OUT, RUNS AND HUGS HIM TIGHTLY. ANAND FEELS HAPPY

ANAND

గట్టిగా..

Anjali hugs again tightly

ANAND (Cont'd)

ఇంకా గట్టిగా..

Anjali hugs too tightly

ANAND (Cont'd)

గ్యాప్ రాకూడదూ..

ANJALI CRIES AND HUGS HIM VERY TIGHTLY. ANAND LOOKS AT HER EYES.

ANAND (Cont'd)

నన్నేమో చేస్తారని వాళ్లతో వెళ్లనీకి సిద్ధమయ్యావా..

ANJALI

(Cry again)

ANAND (Cont'd)

నీనుండి నన్నేవరే విడదీసేదీ. పిచ్చిదానా..

ANJALI (Cry)

చాలా భయమేసింది.

ANAND (Cont'd)

భయపడకు.. మనం పెళ్లచేసేసుకుందాం..

(CONTINUED)

13 CONTINUED: (13c) 13

ANJALI SMILES, ANAND GO TO BIKE, SEES AJAY MOBILE TAKES AND LOOKS THE PICS OF PEDDAINA DAUGHTERS.

ANAND

అంటే. పెద్దాయిన కూతుర్ని చంపింది కూడా వీడేనా...

INTERCUT:

14 INT. MAIN DOOR PEDDAINA HOUSE - DAY: 14

ANAND

పెద్దాయినా..

THEY BOTH SITS IN HALL, PEDDAINA LOOKS AT HER DAUGHTER'S PHOTO ON WALL.

PEDDAINA

నెలనాడు నుండి తిరిగితే.. ఆక్సిండెట్లై చనిపోయిందని నా కూతురు శవం అప్పచెప్పారయ్యా ఆ డాక్టరోలు.

ANAND

చంపేదామా..

Peddaina looks Surprise.

ANAND (Cont'd)

నీ కూతురు చనిపోలే పెద్దాయినా. చంపేస్నారూ..

ANAND SHOWS PICS TO PEDDAINA, PEDDAINA SHOCKS, AND TEARS ROLLS OUT.

14 CONTINUED: 14

PEDDAINA

నా కూతుర్ని సంపినోడు బతకకూడదయ్యా..

ANAND

పెద్దాయినా.. వాడి బాబు మినిస్టర్.. వాడిని చంపితే.. కేసని, క్రైమని, మనకొసరమా..

వాడే, చచ్చేలా చెద్దాం.

INTERCUT:

14a. INT. BAR - NIGHT: ANAND & AJAY 14a.

ANAND FINDS AJAY AND SITS ON THE CHAIR, AJAY TAKES A PEG AND LOOKS AT ANAND, PEDDAINA ALSO SITS BEFORE AJAY. ANAND TAKES MOBILE AND SHOWS AJAY PICS.

ANAND

పిక్స్ బాగున్నాయ్..

AJAY (takes peg)

ఏంటి బెదిరిస్తున్నావా. మా నాన్న ఎవరో తెలుసు కదా..

ANAND

(Add wine to Ajay's glass)

అదే కదా ప్రాబ్లమ్. ఈ పిక్స్ తీసుకుపోయి మీడీయాకిస్తా.

ఒకే దెబ్బకి రెండు పిట్టెలు. ఒకటి నీ అరెస్ట్, రెండోదీ మీ నాన్న పరువు ఇంకా పోస్ట్.

AJAY LOOKS QUESTIONED.

14 CONTINUED: (14a) 14

ANAND (Cont'd)

నిన్ను చంపేసి అత్మరక్షనకోసం అని పెద్దాయినా లొంగిపోతాడు.

Anand looks at Peddaina

ANAND (Cont'd)

ఎమంటవ్ పెద్దాయినా.

PEDDAINA

వీడి చావు కోసం నేను చావానికైనా సిద్ధం బాబు.

ANAND

చూసావ్ గా.. సో, చెప్పింది చెయ్.

AJAY LOOKS LEFT AND RIGHT, AND NODS THE HEAD

ANAND

బాటిల్ దింపకుండా.. తాగు.

ANAND (Cont'd)

అపావో స్పాట్‌లో చంపేస్తా...

AJAY DRINKS WINE WITHOUT STOPPING.

ANAND

తాగూ..

AJAY AGAIN TAKES MORE BEER AND DRINKS. HE DRINKS TILL HIS NECK

ANAND (Cont'd)

పో..

INTERCUT:

(CONTINUED)

14   CONTINUED: 14

14b. EXT. MAIN ROAD NEAR AJAY'S CAR: NIGHT   14b.

      ANAND TAKES BEER AND GIVES TO AJAY

                              ANAND

          ఇది కూడా తాగు.

      AJAY REFUSES

                              ANAND (Cont'd)

          తాగుతావా చస్తావా...

      AJAY FORECLY DRINKS THE BEER.

                              ANAND

          ఇప్పుడు పో..

      AJAY DRIVE AWAY HIS CAR.

                              PEDDAINA

          వాడిని వదిలేసాం ఏం బాబు..

                              ANAND

          వాడే పోతాడు.

                                              INTERCUT:

14c. XLS.MAIN ROAD - NIGHT: 14c.

      AJAY DRIVES CAR RECLESSLY DUE TO STUPOR, NUTS FROM AJAY CAR'S
      WHEELS ROLLS OUT, ONE OF THE WHEELS SLIPS ON ROAD, CAR LOSES
      BALANCE AND AJAY HITS HARD TO DIVIDER, CARS ROLLS UP AND DOWN.
      AJAY KICKS THE BUCKET.

                                              INTERCUT:

                                              (CONTINUED)

14 CONTINUED: (14c) 14

--NEWS ON TV.--

REPORTER

రొడ్డు ప్రమాదంలో మినిష్టర్ కొడుకు మృతి. ఎక్కువగా తాగి నడపడమే కారణమని తేల్చి చెప్పినా డాక్టర్‌లు.

INTERCUT:

15 INT. ANAND HOUSE - DAY: ANAND 15

ANAND ON SKYPE WITH HIS PARENTS.

ANAND

డాడ్, మామ్. ఐ హ్యావ్ ఏ గుడ్ న్యూస్. అమ్ ఇన్ లవ్..

ANAND PARENTS

వావ్. కంగ్రాడ్స్. ఎవరా అమ్మాయి.

ANAND

అంజలి అని బలే మంచి అమ్మాయి, చాలా ఇనోసెంట్.

SURESH

అలా అనుకునే మి అమ్మని చేస్కున్నా. జాగ్రత్తరా.

RADHA JOVIALLY BEATS SURESH

RADHA

ఎంట్రా నాన్న. బయలు దేరన మరి.

(CONTINUED)

15 CONTINUED: 15

ANAND

వద్దు. ఇంకా వాళ్ల పేరెంట్స్‌ని ఒప్పియాలి.

INTERCUT:

15a. INT. CLASS ROOM GOVT SCHOOL - DAY: 15a.

NARAYANA teaching, students looking on board

--Attendar walks in--

ATTENDAR

సార్ మీ కోసం ఎవరో వచ్చారు.

TIME CUT:

15b. INT. PRIVATE ROOM - DAY: ANAND & NARAYANA 15b.

ANAND

ప్రామిస్ అంకుల్ మీ అమ్మాయిని చాలా బాగా చూసుకుంటా..

NARAYANA

నేనేదో స్కూలో పాటాలు చెప్పుకునే వాణ్ని. క్షమించు బాబు, ఎమనుకోకు.

ANAND

తననే పెళ్లి చేసూకోవాలనుకున్న. వేరే అమ్మాయిని ఉహించుకోలేనంకుల్.

పెద్దలు మీరే అర్థం చేసుకోవాలి. పైగా చాలా కష్టంగా ఇంట్లో కూడా ఒప్పించా..

NARAYANA

కానీ నా కూతుర్కి ఇష్టం చేకుండా..

15 CONTINUED: (15b) 15

ANAND

మీతో దాచేదేముందంకుల్. తనుకూ నేనంటే ఇష్టం.

NARAYANA

నేనూ చదువుకున్న వాణ్నే.. నీ పద్దతి, సంస్కారం నాకూ బాగా నచ్చాయి.

మీ అమ్మ నాన్నను రమ్మను.

ANAND

చాలా చాలా హ్యాపి అంకుల్.

NARAYANA SMILES, GETS UP TO LEAVE.

ANAND (Cont'd)

ఒక్క విషయమంకుల్. నేనే పెళ్ల కొడుకు అని అంజలికి చెప్పకండి. తనకు సప్రైస్ ఇద్దాం..

NARAYANA SMILES, AND WALKS OFF;

INTERCUT:

15c. INT. ANAND ROOM - DAY: ANAND & KISHORE 15c.

KISHORE

సప్రైసా.. అవసరమా.. ఎలాగో ఒప్పించావ్.. హ్యాపిగా పెళ్లి చేస్కోకా..

ANAND

అరే.. లూసూ.. నన్నడుగా రా చెప్తా. తన లవరే భర్త అంటే... ఆ కిక్కు కిక్కు వెరే..

KISHORE

ఏడ్చావ్.. లాస్టకి మాత్రం ఎడుపుమొఖం పెడ్కోని నన్నడగకూ..

(CONTINUED)

15 CONTINUED: (15c) 15

ANAND

పో పో.. జాకే.. బస్ టిక్కెట్లు కొట్కో...

KISHORE

హా జాకెంగే.. లాస్టు ఎవరు తల కొట్కోంగొ వో బీ దేకెంగే...

ANAND PHONE RINGS, ANAND LIFTS THE CALL

CUT TO: ANAND

--ANJALI ROOM—

ANJALI

ఆనంద్.. మా ఇంట్లో నాకూ పెళ్లి చేస్తామంటున్నారు..

CUT TO: ANJALI

ANAND (Over Phone)

నేను బిజీ మళ్లీ మాట్లాడుతా..

ANAND ENDS THE CALL, KISHORE GETS FROM SOFA.

KISHORE

రేయ్. చెప్పేయ్ రా.. పాపం..

ANAND

నువ్వు మూస్కో...

KISHORE AGAIN REST IN SOFA

KISHORE

నీ కథకు నువ్వే విలన్. సావ్.. నీ కర్మ..

15 CONTINUED: (15c) 15

ANAND TAKES A ENVELOPE,

KISHORE

ఏంటది.

ANAND

నా పిక్.. రేపు దీని అంజలి చూస్తాది. చూడగానే.. ఒక్కసారీగా స్లో మోషన్‌లో వచ్చి నన్ను హగ్ చేసుకుంటాది.

KISHORE

నీ సావూ నువ్వ సావ్..

INTERCUT:

15d. INT. ANJALI HOME - DAY: 15d.

NARAYANA READING NEWSPAPER, ANJALI WALKS TO BEDROOM

NARAYANA

అంజలి పైనా నీ రూంలో పెళ్లి కొడుకు ఫోటో ఉంది. పోయి చూస్కో...

ANJALI HIDES HER TEARS, TAKES THE ENVELOPE AND TEARS IT. MAKE CALL TO ANAND, ANAND PHONES NOT REACHES.

DISSOLVE TO:

16 INT. BRIDE ROOM - MARRIAGE DAY: 16

ANJALI

పెళ్లికి ముందే చనిపోతే నాన్న పరువు పోతుంది. నమ్మి ప్రేమించినందుకు దేవుడు నాకూ పెద్దె శిక్ష వేసాడు నన్ను క్షమించు నాన్న...

16 CONTINUED: 16

TIME CUT:

16a. INT. MARRIAGE CEREMONY - DAY: 16a.

ANAND COVERS FACE WITH TALAPAAGA, ANAND MARRIES ANJALI. ANAND'S MOTHER WHISPHERS ANJALI.

RADHA

పెళ్లి కొడుకుని చూడూ...

ANJALI LOOKS AT ANAND, ANJALI LOOKS FURIOUS AND ANGRY.

INTERCUT:

16b. INT. MARRIAGE HALL - DAY: 16b.

ANAND & ANJALI SITTING TOGETHER IN CHAIR,

ANAND

స్మాయిల్.

ANJALI TURNS AGGRESSIVE, GETS FROM CHAIR, SLAPS ANAND ANGRILY

ANJALI

ఇప్పుడివ్వు స్మాయిల్. సినిమానా.. సరదాగా ఉందా...

లైఫ్ అంటే అంత ఈజియా నీకూ. ఎంత సఫర్ అయిన తెలుసా నీకూ..

ఇంక్కెప్పుడు నీ మొఖం నాకూ చూపించకూ...

ANJALI LOOKS AT HER FATHER

ANJALI

నాన్న మీరూ కూడానా...

(CONTINUED)

16 CONTINUED: (16b) 16

ANJALI WALKS OFF;

NARAYANA COMES NEAR ANAND, ANAND LOOKS UPSET AND SAD.

NARAYANA

బాబు.

ANAND

కరెక్టె అంకుల్.. మనం ఇలా చెయ్యకుండాల్సింది. తనను చాలా బాధపెట్టాం..

B.G. FAMILY LOOKS UPSET AND SAD, WORKERS REMOVING THE CHAIRS.

ANAND

ఏదైతేనేం.. తను నా వైఫ్‌గా ఇప్పుడు. నేను చూసుకుంటా...

INTERCUT:

17 EXT. ANJALI FRIEND ROOM - DAY: 17

ANAND

అంజలి ప్లీజ్.. నేను కావాలని చేయలా...

RETURN TO PRESENT SCENE:

VENU

కథ బిగినింగ్ మణిరత్నం టచిచ్చి. లాస్ట్‌లో రామ్‌గోపాల్‌వర్మ ట్విస్ట్ ఇచ్చావేంటి బయ్యా....

INTERCUT:

17a. INT. BAR & RESTAURANT - NIGHT: 17a.

Follow beer glass; reveal Venu pouring beer to Kishore in the bar. Anand looks upset.

KISHORE

చెప్పా.. చిలుక చెప్పినట్టు చెప్పా.. వద్దురా.. ఆ పిల్ల సెన్సిటివ్ అని. జాకే అన్నావ్, ఇప్పుడు జోకైనావ్..

(CONTINUED)

.7 CONTINUED: (17a) 17

ANAND

ఇప్పుడేలా రా. ఎదైనా ఐడియా ఇవ్వండి.

KISHORE

కనీసం గ్యాప్ లేకుండా చెస్తాకా.. ఇంకేమిస్తామ్ ఐడియా. నీ సావు నువ్వు సావు.

KISHORE (Cont'd)

అదే నేను నీ ప్లేస్లో ఉంటే.. రిలాక్స్‌గా పెళ్లి చేసుకునే వాణ్ని.

ANAND

నా ప్లేస్‌లో నువుంటే..

KISHORE

అబ్బియాల్ని.

ANAND

అంటే.. ఇప్పుడు నువ్వు ఆనంద్.

KISHORE

అంతే గా..

ANAND

అరే ఆనంద్.

KISHORE

చెప్పు కిశోర్..

ANAND

ఎంచక్కా పెళ్లి చేస్కోకా... ఎదవ స్టోరీలవసరమా..

(CONTINUED)

17 CONTINUED: (17a) 17

KISHORE

లైఫ్ అంటే.. త్రిల్ బ్రో... తన లవరే.. హస్బెండ్ అయితే ఆ కిక్కే వేరు.

ANAND

కిక్కా తొక్కా.. బంగారంలాంటి అమ్మాయిని ఎడ్పిస్తావా.

Few Customers looks at Anand and walks furiously towards Kishore.

CUSTOMER

బంగారంలాంటి అమ్మాయిని ఏడిపించాడా...

ANAND

యస్. వీడే.. కుమ్మండి.

CROWD KICKS KISHORE FULL AND FROW, VENU TOO JOIN THE HANDS. CROWD WALKS OFF;

KISHORE

అరే.. వీడికి చిన్నప్పట్నుండి నన్నెలాగో ఇరికివ్వడం అలవాటు. కొట్టినోలకేమో నిజం తెలియదు సరే..

మరి నువ్వెందుకు కొట్టావ్‌రా క్రరి నాయల, అన్ని తెలిసి మూస్కోకా.

VENU

అంటే.. బయ్యా.. డీప్‌గా తీస్కున్నా.

KISHORE (Adjusting teeth)

కొట్టె కొట్టారు గాని చెత్తనాయల్లు, మంచి ఐడియా వచ్చింది.

ANAND

ఏంటది.

KISHORE

సింపుల్ రా.

(CONTINUED)

17 CONTINUED: (17a) 17

VENU

సూపర్ ఐడియా..

KISHORE

నీకేమర్థమైంది రా..

VENU

సింపుల్. మంచి ఐడియా కద.

KISHORE

అరే.. కింద నుండి పై దాకా అన్ని మూస్కొని విను.

ANAND

నువ్వు చెప్పు.

KISHORE

ఎమిలేదు రా. మళ్ల లవ్ చేస్తూ.. (Anand interrupts)

ANAND

ఆసం ఐడియా.

మామా నువ్వు కేకా.

ఈ రోజు నుండి అదే పనిలో వుంటా లవ్‌యూ రా.

ANAND AND VENU WALKS OFF. KISHORE STUNS, LOOKS CONFUSED.

B.G. MOVIE RUNNING, DIALOGUE BEGINS,

KISHORE WATCHES (P.O.V)

సగం సగం అన్ని, ఎవరన్న నేర్పించండ్రా.. అలా వదిలేయ్‌కండ్రా వాణ్ని..

KISHORE

చెప్పా. సగం కొడుకులు కద. సగమే విన్నారు.

(CONTINUED)

18 CONTINUED: 18

INTERCUT:

18 INT. ANAND ROOM - DAY: 18

ANAND

సో ఈ రోజు నుండి నా వైఫ్‌ని ఇంప్రెస్ చేయ్యాలి.

ANAND FOLLOWS ANJALI TRIES TO IMPRESS HER, FOLLOW HER EVERYWHERE.

18a. INT/EXT. MULTIPLE LOCATIONS - DAY/NIGHT: SONG 4 18a.

CUT TO: BUS STOP

19 EXT. BUS STOP - DAY: 19

B.G. KISHORE AND VENU AT THE OTHER SIDE OF THE BUS STOP, WATCHES ANAND

ANJALI

నీ ప్రాబ్లమ్ ఏంటీ.

ANAND (Smiles)

నువ్వె నా ప్రాబ్లమ్.

ANJALI TURNS AGGRESSIVE,

ANJALI

అండ్ సీ దయచేసి నన్ను విసిగించకు. ప్లీస్ వెళ్లి పో..

ANAND

పోనూ. నీవెంటే ఉంటా, తిరుగుతా.. నీకెం కావాలన్న చేస్తా..

19 CONTINUED: 19

ANJALI

నాకేం కావాలన్న చేస్తావా.

ANAND

లైఫ్ లాంగ్.

ANJALI

డివర్స్ కావాలి. ఇస్తావా..

ANAND LOOKS AT ANJALI IN DESPAIR, VENU AND KISHORE LOOKS DISAPPOINTED.

ANJALI

చెప్పు. సైలెంట్ అయ్యావ్..

ANAND

సరే.

కానీ వన్ కండీషన్.. ఈ వన్ వీక్ నువ్వు నాతో ఉండాలి. ఆ తరువాతా నీ ఇష్టం.

Anjali walks off, Venu and Kishore comes to Anand, Anand looks determined and upset.

KISHORE

తనకేమన్న పిచ్చా..

INTERCUT:

19a. EXT. ANJALI ROOM - DUSKY NIGHT: ANAND DRUNK 19a.

ANAND WALKS ON STREET WITH VENU AND KISHORE,

ANAND (drunk)

అంజలీ సారీనే. ఐ లవ్ యూ.. ప్రేమతో చేసా కానీ.. పగతో కాదే.

Divya appears walking on the road, Kishore blocks her way.

(CONTINUED)

19 CONTINUED: (19a) 19

KISHORE

ఎయ్ ఆగు.

Divya looks furious at them.

KISHORE

నువ్వు అంజలి ఫ్రేండ్ కదా. నువ్వాన్న చెప్పొచ్చుగా.. తనకేమన్నా పిచ్చా..

Divya look at Anand,

DIVYA

అవును పిచ్చె.. వీడంటే పిచ్చి. వీణ్ని మర్చిపోలేనంత పిచ్చి. చచ్చిపోయేంత పిచ్చి. తను ఎంత సఫర్ అయ్యిందో నాకే తెలుసు. ఆనంద్ కోసం తిరగని చోటంటు లేదు. పెళ్లి అన్న రోజు నుండి తనకు నిద్ర లేదు. నీకు చెప్పాలని చాలా ట్రై చేసింది.

FLASHBACK TO:

19b. INT. ANJALI ROOM - DAY: 19b.

ANJALI

ఫోన్ స్విచ్చాఫ్ వస్తుంది.

Divya worries.

INTERCUT:

19c. EXT. ANAND HOUSE MAIN ROAD - DAY: 19c.

Anjali waits opposite to the Anand house for Anand,

TIME CUT:

19d. EXT. ANAND HOUSE MAIN ROAD -NIGHT: RAINING 19d.

(CONTINUED)

9 CONTINUED: (19d) 19

Anjali waits opposite to Anand house on rain, she turns cold and her body looks shivering, Divya watches Anjali standing near the tree from auto. Divya gets off from Auto.

Divya runs to Anjali

DIVYA

అంజలి పిచ్చెక్కిందా. ఏంటీ వర్షంలో.. రా పోదాం.

ANJALI

ఆనంద్ వస్తాడేమో.

DIVYA

ఇంకెక్కడ ఆనంద్ వచ్చె వాడే ఐతే.. ఫోన్ ఎత్తే వాడు.

INTERCUT:

.9e. EXT. TRAFFIC SIGNAL MAIN ROAD - DAY: 19e.

Divya and Anjali walks out from the kirana store, Anjali watches Anand in car waiting near traffic signal, Anjali runs on road for Anand.

ANJALI (Screaming)

ఆనంద్. ఆనంద్ద్ద్..

Crowd mums at Anjali,

Signal turns green, Anand car disappear. Anjali looks worried and disappointed.

RETURN TO PRESENT SCENE:

Kishore and Venu seems emotional and silent

(CONTINUED)

19 CONTINUED: (19e) 19

DIVYA

సూసైడ్ దాకా వెళ్లింది.

Anand rush immediately, Kishore and Venu looks astonished.

INTERCUT:

19f. INT. ANJALI ROOM - DAY: NIGHT 19f.

Anjali sleeping, Anand moves to Anjali's bed. Tears roll out from Anand eyes.

ANAND

నాకోసం. నాకోసం.. రాత్రంత వర్షంలో వున్నావా. ఇంత కష్ట పెడ్తా అనుకోలేదే. ఐమ్ సారీ సిండ్రెల్లా..

ఈ వన్ వీక్ నువ్వు మర్చిపోలేని మెమొరిస్ ఇస్తా..

INTERCUT:

20 EXT. ANJALI ROOM MAIN ROAD - DAY: 20

Anand waiting with his bike for Anjali, Anjali comes out and looks Anand. She appear confused.

ANAND

రా కూర్చొ..

Anjali refuses to sit on bike, Anand looks left and right, Granny passes by with some fruits on her head.

ANAND

అమమ్మ.. చూడూ కూర్చొనంటుంది నా భార్య..

Granny looks at Anjali. Anand signals Granny.

20 CONTINUED: 20

GRANNY

కూర్చోమ్మా.. మొండి చెయ్యాకూడదూ... నీ మొగుడేగా...

ANAND

కూర్చో.. సమాజం మొత్తం నాకే సపోర్ట్.

Anjali sits hesitatingly. Anand rides his bike.

INTERCUT:

20a. EXT. RIDING ON MAIN ROAD - DAY: 20a.

Anjali watches her office passes by…

ANJALI

ఆపూ.. నా ఆఫీస్ వచ్చింది.

Anand refuses to stop the bike, Anjali looks surprise.

ANAND

ఆఫీసా తొక్కా...

ANJALI

ఆపమన్న కదా..

Anand ignores her and rides to some alone place, bike jumps at crooked road, and Anjali hugs Anand.

INTERCUT:

20b. EXT. HILLSTATION - DAY: ANAND & ANJALI 20b.

ANJALI

స్టాప్ ఇట్.

(CONTINUED)

20 CONTINUED: (20b) 20

Anand stops the bike near a hill, Anjali gets off; and walks away from Anand. Anand appears in front, Anjali looks eccentric.

Anand takes out knife from his pocket, Anjali looks determined.

ANJALI

ఏంటది.

Anand looks Sharp.

ANAND

కత్తి కన్పిస్తలేదా..

Anjali slowly walks back, Anand follows her footsteps. Anjali looks panic

ANJALI (Low tone)

ఏంటి చంపుతావా...

ANAND

సింపుల్ గా.. కొండ ప్రాంతం కదా ఎవ్వరూ లేరు.

Anjali walks back and reaches a tree, Anand holds knife on tooth, take out Cadbury silk from pocket and gives to Anjali.

ANJALI

నాకొద్దు.

Anand removes knife,

ANAND

నాకను నవ్వే నాకాలి.

ANJALI

వల్గర్ గా మాట్లాడకు. పోలిస్ కంప్లైంట్ చేస్తా..

20 CONTINUED: (20b) 20

Anand look around and shouts.

ANAND

పోలిస్ రండీ.

Anand moves closely to Anjali's lips.

ANAND (Cont'd)

ఏదీ రారే. ఇక్కడ నువ్వు నేను తప్ప ఎవ్వరు లేరు.

Anjali takes a long breath, a person passes by, Anjali looks at him.

ANJALI

అంకుల్ కాపాడండి.

MAN'S (P.O.V)

ఎవరమ్మ..

Anand looks at the person.

ANAND

నా వైఫ్‌లే.

He smiles at them.

MAN

వైఫ్ వా. కొత్తగా పెళ్లయిందా. ఎంజాయ్. ఎంజాయ్..

Man walks off; Anand signs Anjali to eat the chocolate.

ANAND

తిను.

Anjali looks innocent,

20   CONTINUED: (20b)   20

                              ANJALI

          తినన్..

Anand takes out Knife again and puts on her throat.

                              ANAND

          ఇప్పుడు తిను.

Anjali eats a bite from the chocolate, she looks tensed, Anand
moves his index finger over her lips takes the chocolate and
licks it slowly. Anjali looks silent.

Anand goes back to his bike,

                              ANAND

          రా కూర్చో.

Anjali nods her head no, Anand take out knife.

                              ANAND

          రా...

Anjali walks silently and sits on bike; Anand takes her to long
ride.

                                                        INTERCUT:

20c. EXT. BUSHY ROAD HILL STATION - NIGHT: ANAND & ANJALI   20c.

                              ANAND

          ఈ రోజు ఈ అడవే మన స్లీపింగ్ స్పాట్..

They both sleep under a tree, Anand goes in sleep, Anjali opens
her eyes slowly. She looks hungry.

                                                        (CONTINUED)

20 CONTINUED: (20c) 20

ANJALI

ఆకలైతుంది.

ANJALI (Cont'd)

చెత్త ఎదవా. వీడు వీనీ చెత్త ప్లానింగ్. ఏమి తేకుండా హాయిగా పడుకున్నాడు.

Anjali watches Anand and slowly gets up

ANJALI

పడుకున్నాడా..

Anjali looks around and finds a Guava tree nearby, walks slowly and reaches the tree. She finds a Guava hanging, jumps to snatch it.

ANJALI

అందూ..

She finds difficult to Snatch. She jumps again, Anand lift her from back, Anjali looks at him surprisingly.

ANAND

తీస్కో..

Anjali pulls the Guava; she looks at him and walks away silently.

INTERCUT:

20d. EXT. PLEASANT SCENARY - DAY: 20d.

Anand and Anjali wakeup enjoys the beautiful scenery, screams near the hills. They start riding.

20 CONTINUED: 20

20e. EXT. MULTIPLE - DAY: SONG 5 20e.

CUT TO: ANJALI ROOM

21 EXT. ANJALI ROOM - NIGHT: 21

Anjali walks to the room,

ANAND

సిండ్రెల్లా..

టుమారో. సర్‌ప్రైస్.

Anjali walks off silently.

INTERCUT:

21a. INT. ANJALI ROOM - NIGHT: FRIENDS 21a.

DIVYA

ఏంటీ మేడం. ఫుల్ ఏంజాయ్ చేస్తున్నట్టున్నారు. ఫేస్ వెలిగిపోతుంది.

Anjali smiles and walks off to her bedroom.

INTERCUT:

21b. EXT. ANJALI ROOM - DAY: 21b.

Anjali waiting outside (B.G. Autos, few people passes by)

ANJALI

సర్‌ప్రైస్ అన్నాడు. ఇంకా రాలేదు.

ఐనా నా కెందుకు.

21 CONTINUED: (21b) 21

Anjali walks slowly to the end of the road, Few local guys appear sitting on the wall, they get down and walks to Anjali. Anjali looks tensed and walks slowly.

INTERCUT:

21c. EXT. STREET ROAD - DAY: 21c.

LOCAL GUY

మూమా పోరి మస్తుంది. దిల్ దడక్ ఐతుంద్ర. ఈ రోజు మజా..

Local guys surround Anjali, one of them tries to drag Anjali's scarf.

Follow Anand hand and reveal Anand face, Anand looks furious, a fight takes place.

ANAND

అసలే తనను కష్టపెట్టి.. ఇప్పుడే మళ్ల ట్రై చేస్తూంటే... మద్యలో మీరొచ్చి ఏడ్పిస్తార్ర...

Anand twists one of the guys left hand, slaps on face, drags to Anjali, Anjali looks silent.

ANAND (Cont'd)

చెప్పు బే.. సారీ చెప్పు..

LOCAL GUYS

సారీ సిస్టర్.. గలతైంది.

They say sorry to Anjali and runs away.

ANAND

కూర్చో...

INTERCUT:

(CONTINUED)

21 CONTINUED: (21c) 21

22 EXT. MAIN ROAD - DAY: ANAND & ANJALI 22

Follow Anjali face on bike mirror, reveal Anand riding bike, Anjali sitting silently thinking of something. Anand looks Anjali from bike mirror.

ANAND

అంజలీ. నా గర్ల్‌ఫ్రేండ్ పేరు తెల్సా. సిండ్రెల్లా అని బలే ఇనోసెంట్ పిల్ల. నీలా తను గుర్రని చూడదు.

Anjali smiles.

INTERCUT:

22a. EXT. ANJALI'S CHILDHOOD TEACHERS HOUSE - DAY: 22a.

Anand picks some stones from the ground, Anjali looks surprise, Anand looks Anjali, throws a pebble near her feet.

ANAND

ఆ రాళ్లు తీస్కో..

Anjali gives stones to Anand. Anand adjusts all the stones properly. Anjali watches Anand eagerly.

ANAND

ఇది సిండ్రెల్లా సార్‌గాడి ఇల్లు. నీకు తెలియద్ లే.

Anand looks around, walks few steps back, smiles seriously at Anjali, throws stones at Anjali's teachers house, Anand goes crazy and throws a big rock,

ANAND

ఏంత ధైర్యముంటే నా గర్ల్‌ఫ్రేండ్‌ని ఏడిపిస్తావ్ రా..

Teacher open the Windows and screams loudly,.

(CONTINUED)

22 CONTINUED: (22a) 22

TEACHER

రెయ్ ఎవడ్రా..

Anand holds Anjali's hand and takes her away quickly.

ANAND

వీడు ఇంకా బ్రతికే వున్నాడు. రా పారిపోదాం..

CUT TO:
CURRENT POLE

--STREET MAIN CUREENT POLE–

Anand laughs a moment

ANJALI

నీకసలు తెలివే లేదు. ఎవరన్న చూసుంటే.

Anand controls his laugh, takes breath and stare at Anjali, Anjali looks serious.

ANAND

చూసుంటే వేరేవుండేది కదా. నువ్వు కూడా ఆ రోజూ ఎన్వలప్ చూసూంటే.. ఈ రోజూ వేరే వుండేది.

Anand walks off; Anjali starts realizing,

ANAND

సరేలే.. రా ఒక చోటుకు తీస్కెల్తా..

INTERCUT:

22b. XLS.RAILWAY STATION - DAY: ANAND & ANJALI 22b.

PEOPLE GETTING OFF TRAIN.

Anjali and Anand board the train, train moves.

CUT TO: CLOSED
SHUTTER DOOR

(CONTINUED)

22 CONTINUED: (22b) 22

22c. EXT. CLOSED SHOP SHUTTER - MIDNIGHT: ANAND & ANJALI 22c.

Anand knocks the closed shutter, shutter opens a bit, man gives a box and a table, shutter close again, Anand takes the box, opens the cake, Anjali looks eagerly.

ANAND

హ్యాపి బ్రత్ డే సిండ్రెల్లా...

Anand call the nearby QRT and travelers, gives cake, Anand wishes Anjali with a cake piece.

ANAND

హ్యాపి బ్రత్ డే.

ANJALI

థ్యాంక్ యూ...

QRT and travelers enjoys the cake, Anand smiles at Anand

ANAND

ఇక్కడ మనకూ పనిలేదు రా...

ANJALI

మళ్లి ఎక్కడికి.

INTERCUT:

22d. EXT. CLOSED SHOPPING MALL - MIDNIGHT: ANAND & ANJALI 22d.

ANJALI

ఏంటిక్కడికి తీస్కొచ్చావ్..

(CONTINUED)

2 CONTINUED: (22d)   22

                            ANAND

నీ డ్రీమ్ కదా.. ఇలా నైట్ షాపింగ్‌లో దొంగతనం చేయ్యాలని.

                            ANJALI

నీ కెలా తెలుసూ...

Anand pulls out screw driver from pocket, looks around,

                            ANAND

దొంగలకు అవన్ని అడగకూడదూ..

Anand tries hard to open the shutter, Anjali watches
interestingly. Anjali loses patience,

                            ANJALI

నీకూ రాదూ. తప్పుకో..

Anjali tries and opens the shutter.

                            ANJALI

వచ్చింది.

Anand face turns blank, looks at Anjali, Anjali throws away the
screw driver, opens the shutter slightly and gets in

                            ANAND

జాగ్రత్త రా అని డాడి అంటే ఎమో అనుకున్నా. ఇంత ఉందా నీలో...

Anjali searches and wears a beautiful frock, Anand turns
intensified with her beauty,

                            ANJALI

ఏలా వుందీ..

                            ANAND

అచ్చం సిండ్రెల్లా లా ఉన్నావ్..

                                               (CONTINUED)

22 CONTINUED: (22d) 22

CUT TO: COMPLEX WATCHMAN

--SHOPPING WATCHMAN--

WATCHMAN

ఇదేంటీ షటర్ తెడిసుందీ..

Watchman walks inside the complex, screaming, hitting and shouting.

ANAND

సెక్యూరిటీ అనుకుంటా..

ANJALI

ఇప్పుడెలా...

ANAND

ఇటు రా.

Anjali and Anand hides in trail room, Anjali holds Anand hand unknowingly, Anand takes a breath, moves closely to Anjali, Anjali looks outside

ANJALI

వెళ్ళొయాడు.

They get out of the shopping mall

INTERCUT:

22e. EXT. ANAND HOUSE - DAY: ANAND & ANJALI 22e.

Anand touches the tree, stare at his house.

ANAND

ఈ ప్లెస్ తెలుసా..

22 CONTINUED: (22e) 22

ANJALI

(Silent)

ANAND

సిండ్రెల్లా రాత్రంతా వుంది.

Anand holds Anjali's hands, Tears roll out.

ANAND

నా కోసం రోజంతా బయట వేయిట్ చేసావా...

ఐమ్ సారీ..

Anjali slowly relinquish the hand, gets in auto and leave, rain starts, Anand looks sad.

INTERCUT:

23 INT. ANAND HOME - DAY: 23

Kishore and Venu walks in, Anand lying on sofa, looks unslept.

KISHORE

ఈ రోజూ లాస్ట్ రా.

Anand gets up from Sofa, takes gift from cupboard, Venu and Kishore looks worried

ANAND

ఈ రోజూ ఎలాగైనా అంజలినీ క్షమించమని అడుగుతా...

CUT TO: ROADSIDE TEMPLE

23a. EXT. ROADSIDE TEMPLE OPPOSITE TO ANJALI OFFICE - DAY: 23a.

23 CONTINUED: (23a) 23

ANAND

స్వామీ. నిన్నెప్పుడు ఏమీ అడగ లేదు. ఇదొక్కసారికీ అంజలి నన్ను ప్రేమించేలా చూడూ..

Anand walks into office, holds a gift, gaze through the window, watches Anjali sitting alone, Divya walks to Anjali.

(ANAND'S POV)

DIVYA

ఎలావున్నాడు నీ హాస్‌బెండ్. ప్రాబ్లమ్ సాల్వ్ అనుకుంటా.

Anjali looks into her mobile,

ANJALI

ఈ రోజుతో వాడికిచ్చిన వన్ వీక్ అయిపోతుంది.

Divya stuns a moment, looks worried, Anand heart breaks, walks off instantly.

CUT TO:
CAFETERIA

23b. INT. CAFETERIA - DAY: DIVYA WORRIED 23b.

DIVYA

అంటే. డివర్స్ ఇస్తావా...

ANJALI

ఓయ్ వాడు నావాడే.

క్షమించేస్తా...

Divya feels relaxed, pinches Anjali cheeks, Anjali looks smiling.

DIVYA

సో స్వీటే... ఈవినింగ్ చెప్పేసేయ్...

(CONTINUED)

23 CONTINUED: 23

CUT TO: ANAND
ON ROAD

23c. EXT. MAIN ROAD - DAY: ANAND 23c.

Anand walks on road sadly, Kishore and Venu runs, shouts at Anand

KISHORE & VENU

రెయ్.. ఆనంద్. ఆనంద్..

Kishore, Venu runs quick, holds Anand,

KISHORE

పిలిస్తే పలకవేంట్రా..

Tears rolls out from Anand, Kishore and Venu looks worried

KISHORE

రేయ్..

ANAND

అంజలి లేకుండా.. నేను బ్రతకలేనురా. తనకు దూరం అన్న ఉంటాగానీ.... డివర్స్ ఇచ్చి లైఫ్ లాంగ్ దూరం కాలేన్ రా.

Kishore and Venu look sad

ANAND

తనకు నేనొద్దు కదా. వెళ్పొతా రా.. దూరం వెళ్లిపోతా.. తనకు కనిపించకుండా..

INTERCUT:

24 CONTINUED: 24

24 INT. ANAND BEDROOM - DAY: 24

Anand packs his luggage, walks out, gets in auto, reaches bus stand, goes to enquiry counter, walks to platform, and gets in bus, bus moves from bus stand.

INTERCUT:

24a. INT. OFFICE - DAY: 24a.

Anjali watches few of her colleagues in serious conversation, walks to their bay,

ANJALI

ఏమైంది. మీ లవ్. ఇంకా ఇంట్లో చెప్పలేదా.

They stare at Anjali

COLLEAGUE

అందరూ ఆనంద్ కాలేరు అంజలి. ఆనంద్‌కు నువ్వంటే ప్రాణం. అందుకే.. నీకూ కష్టం రాకూండా మీ అమ్మా నాన్నను ఒప్పించాడు.

INTERCUT:

24b. INT. CITY BUS - DAY: 24b.

Anjali tries to call Anand, answers switched off, memorize the first time at bus stop, and reaches Anand office

24c. INT. ANAND OFFICE - EVENING: 24c.

(CONTINUED)

4 CONTINUED: (24c) 24

Kishore and Venu sitting silently, looks depress, Anjali walks in, Venu turns serious

VENU

ఓ ఇప్పుడు గుర్తొచ్చాడా.. అవసరం లేదు వాడే వెళ్లిపోయాడు. అదే గా నీకు కావాలి. నీ కోసం ఆఫీస్‌కు వచ్చాడు. పాపం. ఎంత ప్రేమించాడు.

KISHORE

నువ్వు వన్ వీక్ భాదపడితే.. అది తెలుసుకుని వాడు రోజూ బధపడేవాడు. చిన్నపిల్లాడిలా ఏడ్చేవాడు. ఏప్పుడు వాణ్నీ అలా చూడలా. మాకూ కూడా కనిపించకుండా వెళ్లిపోయాడు.

Venu goes to nearby Cupboard, takes out Gift and gives to Anjali

VENU

ఇదిగో నికివ్వమని ఈ గిఫ్ట్ ఇచ్చాడు.

Anjali holds the gift, tears rolls out, rush immediately to her home.

CUT TO: ANJALI HOME

24d. INT. ANJALI HOME - DAY: 24d.

NARAYANA

తెలుసమ్మా. కిశోర్ నాకు మొత్తం చెప్తాడు.

Anjali turns emotional

ANJALI

నాకూ ఆనంద్ కావాలి నాన్న..

Narayana walks away silently.

(CONTINUED)

24 CONTINUED: (24d) 24

Anjali rush to bedroom, searches for envelope, finds it, open and sees their selfie taken near tour bus, she cries and says sorry to Anand photo, hugs the photo.

INTERCUT:

25 INT. VILLAGE HOME - DAY: PEDDAINA AND ANAND 25

Anand sitting silently, Peddaina gets Anand something chai, watches Anand looking sad, Anand explains to Peddaina

PEDDAINA

ఏమైంది బాబు!

TIME CUT:

ANAND

పెద్దాయినా. నాకూ అంజలిని చూడాలని ఉంది.

Peddaina walks to her wife’s photo, smiles at her, stare at Anand

PEDDAINA

అది నీ హక్కు బాబు.

Anand looks silently.

PEDDAINA (Cont’d)

ఇంకిక్కడున్నావేంటీ వేళ్లూ..

Anand smiles and rushes out.

INTERCUT:

25 CONTINUED: 25

25a. EXT. ANJALI ROOM FRONT YARD - NIGHT: 25a.

Anand jumps the gate, walks slowly, climbs the wall through pipes, goes to Anjali bed, watches her sleeping, Anand smiles at her and comes back.

Anand carefully climbs down, walks backward silently and reaches the gate, and jump on road.

Anand stuns a moment, watches Anjali already waiting for him, Anjali looks furious.

Anand looks Anjali innocently,

ANAND

అదీ. నా బైక్ పైనా ఉందేమో అనీ,..... (ANJALI RUNS AND HUGS ANAND TIGHTLY)

Tears rolls out from Anand, Anjali looks into his eyes,

ANJALI (cries)

అన్ని సగం సగమేనా మొత్తం వినవ్ కదా..

Anand looks silent,

ANJALI (Cont'd)

మళ్లెందుకొచ్చావ్ వెళ్లిపోయావ్ గా. వోవరాక్షన్ చేస్కుంటూ..

ANAND (tears rolls out)

నువ్వులేకుండా బ్రతకలేనంజలీ. ఐ లవ్ యూ..

Anjali turns huff,

ANJALI

అంజలి ఏంటి హా. సిండ్రెల్లా కదా..

Anand smiles with tears,

25 CONTINUED: (25a) 25

ANAND

లవ్ యూ సిండ్రెల్లా..

Anjali looks skeptic,

ANJALI

గట్టిగా హగ్ చేస్కో..

Anand hugs her tightly

ANJALI

ఇంకా గట్టిగా..

Anand smiles and hugs her again tightly

ANJALI

గ్యాప్ రాకూడదూ...

Anand hugs too tightly.

Anjali friends watch from window, smiles at them.

WIND BLOWS PLEASANTLY,

(ROLLING TITLES)

ANJALI

అవునూ. నాకూ ఐ లవ్ యూ చెప్పడం ఫస్టైం కదా.

ANAND

హా. అవును.

ANJALI

ఐ లవ్ యూ చెప్పకుండానే ఎలా పడిపోయాన్ రా..

CONTINUED:

ANAND

అదే మన టాలెంట్..

ANJALI

ఏడ్చావ్. నీకంత సీన్ లేదని, నేనే పడిపోయినా. చాలా ఈసీగా..

ANAND

ఏడ్చావ్. ఈసీయా.. ముందు నేనూ అదే అనుకున్నా.. కానీ నాకేం తెలుసు పెళ్లి చేస్కున్నాకా.. ఇన్ని తిప్పల
ం పడాల్సి వస్తాదని.

ANJALI

ఇంకా ముందూ చాలా ఉందీ.

ANAND

చాలానా...

EPILOGUE

Some love stories, are too cute to handle.

(ROLLING TITLES END)

FADE OUT:

Made in the USA
Monee, IL
23 August 2025

23934420R00059